POCKET TAGALOG-ENGLISH DICTIONARY

By
Vanessa Narciso

Planning a vacation in the Philippines? Or going to a business trip to the bustling city of Manila? This pocket Tagalog-English Dictionary is your friend when you step on the Pearl of the Orient that is the Philippines. Composed of common Tagalog words translated to simple English, learn the Filipino language the easier, simpler and most basic way. Its handy and user-friendly features are intended for use by travelers, businessmen or those who want to be conversant in Tagalog. As each word is used in a sentence followed by its English translation, users can learn the Tagalog language faster and more accurately. This book will help you find your way to the hearts of Filipinos who are very passionate with Tagalog-speaking tourists.

Filipino families from all over the globe will also find this tool useful to teach their kids the Tagalog language. Filipino migrant children, eight years old and above, can read this handy book. They can teach themselves to speak Tagalog, or practice reading the words with a group for a more enjoyable and fun-filled experience. ∎

ISBN-13: 978-1537308142

ISBN-10: 1537308149

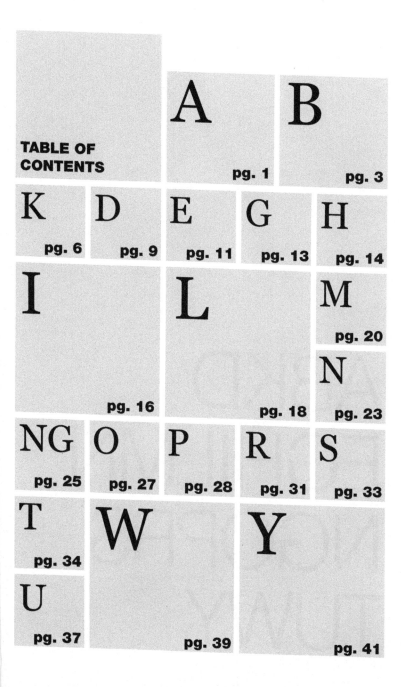

ABKD
EGHILMN
NGOPRS
TUWY

A

abala – busy

Abala ang mga tao tuwing Pasko.

People are busy every Christmas.

Abril – April

Mainit ang panahon tuwing Abril.

The weather is hot during April.

abutan – catch up

Kaya natin silang abutan kung tatakbo tayo.

We can catch up with them if we run.

agahan – breakfast

Kami ay kumain ng agahan.

We ate breakfast.

ahas – snake

Nakatira ang mga ahas sa gubat.

Snakes live in the forest.

akin - mine

Akin ang damit na ito.

This dress is mine.

aklat – book

Mahilig akong magbasa ng aklat.

I love reading books.

alaga - pet

Mayroon kaming alaga na aso.

We have a pet dog.

alam – know

Alam ko ang pangalan mo.

I know your name.

alapaap – clouds

Parang bulak ang alapaap.

The clouds are like cotton.

alimango – crab

Alimango ang kinain namin kanina.

We ate crabs a while ago.

alin – which

Alin ang naiba sa apat na ito?

Which one is different among these four?

alinlangan - doubt

May alinlangan akong umalis ng bansa.

I'm having doubts about leaving the country.

alon - wave

Tinangay kami ng malakas na alon.

Strong waves swept us.

alugin – shake

Alugin munang maigi bago gamitin.

Shake well before using.

Amerikano – American

Madalas dalawin ng mga Amerikano ang Pilipinas.

Americans usually visit the Philippines.

amo – boss

Mabait ang aking amo.

My boss is kind.

amuyin – smell

Amuyin mo ang bulaklak.

Smell the flower.

anim – six

Anim na taon ako noong 1999.

I was six years old on 1999.

ano – what

Ano ang pangalan mo?

What is your name?

apat – four

Apat ang aking mga kapatid.

I have four siblings.

apelyido - surname

Jordan ang apelyido ni Michael.

Michael's surname is Jordan.

apoy – flame

Hinaan mo ang apoy sa kalan.

Reduce the stove's flame.

araw – day

Kumain tayo bago matapos ang araw.

Let's eat before the day ends.

araw-araw – everyday

Naliligo siya araw-araw.

He takes a bath everyday.

artista – an actor or an actress

Maraming mga artista sa Hollywood.

There are many actors and actresses in Hollywood.

asawa – spouse; husband; wife

Engineer ang kanyang asawa.

Her husband is an engineer.

asin – salt

Lasang asin ang tubig sa dagat.

Seawater tastes like salt.

aso – dog

Pinakamatalik na kaibigan ng tao ang aso.

Dog is man's best friend.

asukal – sugar

Matamis ang asukal.

Sugar is sweet.

ataol – coffin

Ang ataol ay para sa patay.

Coffin is for the dead.

atay – liver

Mayroon siyang sakit sa atay.

He has a liver disease.

ate – older sister

Matalino ang ate ko.

My older sister is smart.

atleta – athlete

Paborito kong atleta si Michael Phelps.

Michael Phelps is my favorite athlete.

atras –backward

Pa-atras ang andar ng kotse.

The car is moving backward.

ayaw – doesn't want; not interested

Ayaw niya ng sobrang tamis na pagkain.

She doesn't want food that are too sweet.

ayusin - fix

Ayusin natin ang sirang kotse.

Let's fix the broken car.

baba – below

May sugat ang aso sa baba ng mata.

The dog has a wound below its eye.

babae – woman

Nakasuot ng palda ang babae.

The woman is wearing a skirt.

baboy – pig

Sila ay naglitson ng baboy.

They roasted a pig.

Bagong Taon – New Year

Masaya ang mga tao tuwing Bagong Taon.

People are happy every New Year.

bahay – house

Nakatira kami sa malaking bahay.

We are living in a huge house.

bakal – steel

Gawa sa bakal ang rebulto.

The statue is made of steel.

bakla – gay

Sikat na bakla si Boy George.

Boy George is a famous gay person.

balbas – beard

Malago ang balbas ng tatay.

Father has a thick beard.

balikat – shoulder

Nagbubuhat siya ng mabigat na bagay sa kanyang balikat.

He lifts heavy objects on his shoulder.

baliw – crazy

Walang kaibigan ang baliw.

Crazy people have no friends.

bangka – boat

Sumakay kami ng bangka patungo sa pulo.

We rode a boat going to the island.

bangko – bank

Maraming nakalagak na pera sa bangko.

Lots of money are deposited in the bank.

bantayan – watch; guard

Dapat bantayan mo ang ating mga gamit.

You should watch our belongings.

barbero – barber

Maraming nagpapagupit sa barbero.

The barber has many customers.

barko – ship

Hinagupit ng malalakas na hangin ang barko.

Strong winds hit the ship.

barya – coins

Nag-iipon sya ng maraming barya.

She is collecting many coins.

basa – wet

Basa ang daan matapos ang ulan.

The road is wet after the rain.

basahan – rag

Gumamit sya ng basahan sa pagpunas ng kotse.

He used a rag to wipe the car.

baso – glass

Nabasag ang baso nang mahulog.

The glass broke when it fell.

basura – trash

Huwag magtapon ng basura sa dagat.

Don't throw trash into the sea.

basurahan – trash can

Mabaho ang basurahan.

The trash can stinks.

bata – child

Niyakap ng bata ang kanyang nanay.

The child embraced her mother.

batang babae – girl

Mahilig sa manika ang mga batang babae.

Girls love dolls.

batang lalaki – boy

Madalas mag-away ang mga batang lalaki.

Boys usually fight each other.

bato – stone

Masakit kapag tinamaan ka ng bato sa ulo.

It would hurt if your head got hit by a stone.

bayani – hero

Dapat parangalan natin ang ating mga bayani.

We should honor our heroes.

bayaran – pay

Bayaran mo ang tiket sa counter.

Pay the ticket at the counter.

bibe – duck

May tatlong bibe sa bukid.

There are three ducks on the field.

bibig – mouth

Isara mo ang iyong bibig.

Close your mouth.

binasa – read

Binasa niyang mabuti ang babala.

He read the warning carefully.

bingi – deaf

Hindi nakakarinig ang bingi.

The deaf can't hear.

binibini - miss

Si Binibining Ramirez ang aming guro.

Miss Ramirez is our teacher.

bintana – window

Buksan mo ang bintana para makita ko ang tanawin.

Open the window so I can see the scenery.

biro – joke

Lahat ng tao ay tumawa sa kanyang biro.

Everybody laughed at his joke.

bisikleta – bicycle

Madalas gamitin ni Michael ang bisikleta papunta sa trabaho.

Michael usually uses a bicycle to go to work.

bisita – visitor

Maraming bisitang dumating sa kanyang kaarawan.

Many visitors came to his birthday.

bituin – star

Imposibleng maabot ang mga bituin sa langit.

It's impossible to reach the stars in the sky.

bola – ball

Naglalaro ng bola ang bata.

The child is playing with a ball.

bote – bottle

May dala siyang bote.

She is carrying a bottle.

botika – drugstore

Marami kang mabibiling gamot sa botika.

You can buy lots of medicine in a drugstore.

braso – arm

Gusto niya ng tato sa braso

He wants a tattoo on his arm.

bughaw – blue

Napakaganda ng bughaw na karagatan.

The blue ocean is very beautiful.

buhatin – lift

Buhatin mo ang aking maleta.

You lift my suitcase.

buhok – hair

Mahaba ang kanyang buhok.

She has long hair.

bukas – tomorrow

Kami ay aalis bukas patungong Pilipinas.

We are leaving for the Philippines tomorrow.

bukid – farm

Sa bukid nagtratrabaho ang kanyang ama.

His father is working in a farm.

buko – coconut

Masustansiya ang buko.

The coconut is nutritious.

bulag – blind

Maraming pagsubok ang kinakaharap ng isang bulag.

The blind faces many challenges.

bulaklak – flower

Bawal pumitas ng bulaklak sa parke.

It is prohibited to pick flowers in the park.

bulok – rotten

Mabaho ang bulok na kamatis.

Rotten tomatoes stink.

bumili – bought

Bumili siya ng bagong bag.

She bought a new bag.

bundok – mountain

Umakyat sila ng bundok.

They climbed a mountain.

buntis – pregnant

Tumawid ng daan ang buntis.

The pregnant woman crossed the street.

burol – hill

Tumatakbo ang mga bata sa burol.

The children are running on the hill.

butas – hole

Pumasok sa butas ang daga.

The rat goes into the hole.

butones - button

Nawawala ang isang butones sa kanyang blusa.

Her blouse is missing a button.

K

kaaway – enemy

Hindi maganda ang magkaroon ng kaaway.

It's not nice to have an enemy.

kabataan – youth

Kabataan ang pag-asa ng bayan.

The youth is the hope of the nation.

kabayo – horse

Mabilis tumakbo ang mga kabayo.

Horses run fast.

kahapon – yesterday

Maulan kahapon.

It was rainy yesterday.

kahoy – wood

Gawa sa kahoy ang bahay.

The house is made out of wood.

kaibigan – friend

Kasama ko ang aking matalik na kaibigan.

I am with my best friend.

kailan – when

Kailan tayo babalik?

When are we going to return?

kalabasa – squash

Mabuti sa mata ang pagkain ng kalabasa.

Eating squash is good for the eyes.

kalapati – pigeon

Maraming kalapati sa parke.

There are lots of pigeons in the park.

kalbo – bald

Kalbo ang tatay mo.

Your father is bald.

kalendaryo – calendar

Mayroon siyang sinulat sa kalendaryo.

He wrote something on the calendar.

kaliwa – left

Nasa kaliwa ng daan ang aming

bahay.

Our house is on the left side of the road.

kama – bed

Gusto niyang bumili ng malaking kama.

He wants to buy a big bed.

kamag-anak – relative

Marami siyang kamag-anak sa U.S.

She has many relatives in the U.S.

kamao – fist

Muntik na siyang tamaan ng kamao ng kaaway.

His enemy's fist almost hit him.

kamay – hand

Malambot ang kanyang mga kamay.

Her hands are soft.

kami – we

Kami ay magbabakasyon.

We are taking a vacation.

kampana – bell

Napakalaki ng kampana sa lumang simbahan.

The old church's bell is • very huge.

kamutin – scratch

Puwede mo bang kamutin ang likod ko?

Can you scratch my back?

kanan – right

Pakiusog sa kanan ang upuan.

Kindly move the chair to the right.

kandila – candle

Ginagamit din ang kandila sa dilim.

Candles are also used in the dark.

kanin – rice

Mahilig sa kanin ang mga Filipino.

Filipinos love rice.

kanina – a while ago

Umalis siya kanina.

He left a while ago.

kanta – song

Nag-alay siya ng kanta sa kasintahan.

He dedicated a song to his girlfriend.

kanto – corner

Bumili sya ng candy sa tindahan sa kanto.

She bought a candy at the corner store.

kapatid – sibling

Maraming kapatid si Mario.

Mario has many siblings.

kapatid na babae – sister

Maganda ang kanyang kapatid na babae.

Her sister is pretty.

kapatid na lalaki – brother

Kasama ko ang aking kapatid na lalaki.

I am with my brother.

karne – meat

Sagana sa protina ang karne.

Meat is rich in protein.

karugtong – continuation

May karugtong pa ang ikalimang yugto.

The third chapter still has a continuation.

kasaysayan - history

Mayaman sa kasaysayan ang Pilipinas.

The Philippines is rich in history.

kaugalian – customs

Maraming kaugaliang pinamana ang ating mga ninuno.

Our ancestors passed on many customs.

kaunti – few

Kaunti lang ang dumating sa kasiyahan.

Only a few people arrived at the party.

keso – cheese

Mas masarap ang tinapay pag may keso.

Bread is more delicious with cheese.

kinabukasan – future

Magiging maayos ang ating kinabukasan kung tayo ay masipag.

We will have a bright future if we are industrious.

klase – type

Iba't ibang klase ng hayop ang nasa zoo.

There are different types of animals in the zoo.

kotse – car

Mabilis ang andar ng kotse.

The car is moving fast.

krus – cross

Mayroon siyang krus sa kanyang kuwintas.

Her necklace has a cross.

kubo – nipa hut

Makakakita ka ng kubo sa probinsya.

You will find nipa huts in the province.

kuko – fingernails

Madalas siyang magpalinis ng kuko.

She wants her fingernails done frequently.

kulang – short

Kulang ang ating pera.

We're short on money.

kulot – curly

May kulot na buhok ang bata.

The child has curly hair.

kulungan – prison

Nagdurusa sa kulungan ang mga kriminal.

Criminals are suffering in prison.

kumain – ate

Kumain kami ng tanghalian kanina.

We ate lunch a while ago.

kumilos – move

Kumilos ka nang mabilis para hindi tayo mahuli.

Move swiftly so we won't get late.

kumot – blanket

Bagong laba ang gamit niyang kumot.

She is using a newly washed blanket.

kumportable – comfortable

Kumportable ang pagsakay sa eroplano.

An airplane ride is comfortable.

kuryente – electricity

Walang kuryente sa malalayong lugar.

There's no electricity in remote places.

kutsara – spoon

Nakalimutan niyang magdala ng kutsara.

He forgot to bring a spoon.

kuwarto – room

Nagpareserba siya ng kuwarto sa hotel.

She booked a room in the hotel.

kuwento – story

Masarap magbasa ng magandang kuwento.

It's nice to read a good story.

kuwintas – necklace

Nawala ang kanyang kuwintas sa palengke.

She lost her necklace in the market.

kuya – older brother

Inhinyero ang aking kuya.

My brother is an engineer.

D

daan – hundred

Mayroon akong limang daang piso sa bulsa.

I have five hundred pesos in my pocket.

daanan – passageway

May bara ang daanan ng tubig.

The water's passageway is clogged.

dadalhin – will carry

Dadalhin ko ang mabigat mong bagahe.

I will carry your heavy luggage.

daga – mouse; rat

May malaking daga sa kusina.

There's a big rat in the kitchen.

daganan – put weight

Daganan mo ang mga aklat habang tinatali ko.

Put weight on the books while I tie them together.

dagat - sea

Maraming isda sa dagat.

There are many fish in the sea.

dagdagan - add

Dagdagan mo ang tubig sa baso.

Add some water in the glass.

dahan-dahan - slowly

Dahan-dahan mong isara ang pinto.

Close the door slowly.

dahilan - cause

Ano ang dahilan ng kanyang pagkakasakit?

What's the cause of his illness?

dahon - leaf

May isa tuyong dahon sa damuhan.

There's a dried leaf on the grass.

daigdig - world

Hindi totoo ang daigdig ng mga duwende.

The world of elves is not real.

dala - carrying

May dala siyang malaking bag.

She is carrying a big bag.

dalaga - maiden

May magandang dalaga sa simbahan.

There's a beautiful maiden in the church.

dalawa - two

Dalawa ang kapatid kong babae.

I have two sisters.

dalian - faster

Dalian mo ang pagsulat.

Write faster.

damit - dress; clothes

Bago ang kanyang suot na damit.

She's wearing new clothes.

dasal - prayer

Mag-alay ka ng dasal kapag ikaw ay nasa simbahan.

Offer some prayers when you're in church.

delikado - dangerous

Delikado ang magmaneho sa liku-likong daan.

It is dangerous to drive on a winding road.

demonyo - demon

Umatake ang aso na parang demonyo.

The dog attacked like a demon.

dentista - dentist

Dumadalaw siya sa dentista kada anim na buwan.

She visits the dentist every six months.

desperado - desperate

Desperado na siyang makapasa sa pagsusulit.

She's desperate to pass her exams.

dibdib - chest

Tinamaan siya ng bato sa dibdib.

A rock hit him on the chest.

dinalaw - visited

Dinalaw niya ang kanyang kapatid sa Las Vegas.

She visited her sibling in Las Vegas.

diretso - straight

Diretso ang linyang kanyang ginuhit.

He drew a straight line.

dito/rito - here

Dito tayo maghihintay.

We are going to wait here.

diyaryo - newspaper

Nagbabasa si tatay ng diyaryo tuwing umaga.

Father reads the newspaper every morning.

diyos - god

Maraming tribu ang naniniwala sa ibang diyos.

There are many tribes who believe in other gods.

doon/roon - there

Doon sila nakatira.

They live there.

dulo - end

Malapit na ang dulo ng palabas.

The end of the show is near.

dumaong - landed

Dumaong na ang barko.

The ship has landed.

dumating - arrived

Dumating kami kagabi.

We arrived last night.

E

ebidensya - evidence

Naglabas ng ebidensya sa krimen ang awtoridad.

The authorities released the evidence to the crime.

edukasyon - education

Mahalaga ang edukasyon para sa lahat.

Education is important for everyone.

ekonomiya - economy

Mayaman ang ekonomiya ng Estados Unidos.

The United States has a rich economy.

eksena - scene

Magulong eksena ang sumunod sa banggaan.

A chaotic scene happened next after the crash.

eksklusibo - exclusive

Meron siyang eksklusibong report tungkol sa bagyo.

He has an exclusive report about the hurricane.

elegante - elegant

Kumain sila sa isang eleganteng restawran.

They dined at an elegant restaurant.

elementarya - elementary

Maraming estudyante sa elementarya ang nasa pampublikong paaralan.

There are many elementary students in public schools.

elepante - elephant

Kinuhanan niya ng litrato ang elepante sa zoo.

She took a picture of the elephant at the zoo.

emosyon - emotion

Hindi niya nakontrol ang kanyang

emosyon.

He wasn't able to control his emotions.

empleyado - employee

Naghahanap ng mga bagong empleyado ang kumpanya.

The company is looking for new employees.

enerhiya - energy

Mayroong krisis sa enerhiya sa ating bansa.

There is an energy crisis in our country.

Enero - January

Nagbabakasyon kami tuwing Enero.

We are taking a vacation every January.

engrande - grand

Engrande ang kasal nina Paul at Mary.

Paul and Mary had a grand wedding.

engkantada - fairy

Ayon sa kuwento, may kaibigang engkantada si Pinocchio.

Pinocchio has a fairy friend, according to the story.

engkwentro - encounter

Walang nasaktan sa engkwento ng pulis at magnanakaw.

Nobody got hurt in the encounter of the police and the robber.

engot - stupid

Tinawag siyang engot ng guro dahil sa maling sagot.

His teacher called him stupid for his wrong answer.

entablado - stage

Magaling ang kanilang pagganap sa entablado.

Their performance on stage was superb.

epektibo - effective

Epektibo rin ang paggamit ng alternatibong gamot.

Using alternative medicines is also effective.

epekto - effect

May epekto sa ating kalusugan ang pag-inom ng alak.

Drinking alcohol has its effects to our health.

eroplano - airplane

Lumanding na ang eroplano.

The airplane has landed.

eskultor - sculptor

Magagaling ang eskultor sa Pilipinas.

Filipino sculptors are very skilled.

eskultura - sculpture

Matatagpuan sa museo ang magagandang eskultura.

Beautiful sculptures are found in the museum.

eskwelahan - school

Pumunta kami sa eskwelahan.

We went to school.

espiritu - spirit

Pinagdasal ng mga tao ang espiritu ng mga namatay.

People prayed for the spirit of the dead.

estatwa - statue

Ang estatwa ni Rocky ay nasa Philadelphia.

Rocky's statue is in Philadelphia.

estilo - style

Iba ang estilo ng kanyang buhok bawat araw.

Her hair has a different style each day.

estudyante - students

Mabilis matuto ang mga estudyante.

The students learn fast.

G

gabi - night

Lumalabas ang mga paniki sa gabi.

Bats come out at night.

gagamba - spider

Marami ang takot sa gagamba.

Many are afraid of spiders.

galit - mad

Galit ang kanyang nanay.

His mother is angry.

gambalain - disturb

Huwag mong gambalain ang mga tulog.

Do not disturb those who sleep.

gamitin - use

Gamitin mo ang banyo sa baba.

Use the toilet downstairs.

gamot - medicine

Uminom siya ng gamot bago matulog.

She took some medicine before she slept.

gastos - expenses

Mas malaki pa ang kanyang gastos kaysa sa akin.

Her expenses is greater than mine.

gayuma - love potion

Gumamit siya ng gayuma para mapa-ibig ang dalaga.

He used a love potion to make her fall for him.

gera - war

Walang tigil ang gera sa Gitnang Silangan.

The war in the Middle East is non-stop.

ginto - gold

Yari sa ginto ang kanyang singsing.

Her ring is made of gold.

gitna - middle

Nasa gitna ng kuwarto ang mesa.

The table is in the middle of the room.

gobyerno - government

Nagtratrabaho ang gobyerno para sa mga tao.

The government works for the people.

grabe - serious

Grabe ang natamong pinsala ng babae.

The woman sustained a serious injury.

grupo - group

Nakakita kami ng isang grupo ng mga balyena.

We saw a group of whales.

gubat - forest

Maraming mabangis na hayop sa gubat.

There are many wild animals in the forest.

guhit - line

Huwag lalagpas sa dilaw na linya.

Do not go beyond the yellow line.

gulay - vegetables

Makakabili ng sariwang gulay sa palengke.

You can buy fresh vegetables in the market.

gulong - wheel

Malaki ang mga gulong ng karawahe.

The carriage has big wheels.

gumalaw - moved

Walang gumalaw na tao nang magalit ang pari.

Nobody moved when the priest got mad.

gunting - scissors

Gumamit siya ng gunting para hatiin ang papel.

He used scissors to cut the paper.

gupitin - cut

Gupitin mo ang papel sa tatlo.

Cut the paper into three.

guro - teacher

Mabait ang kanilang guro.

Their teacher is kind.

gusto - want

Gusto kong kumain ng ice cream.

I want to eat ice cream.

ganito/ganyan - this

Ganito ang dapat mong gawin.

This is what you should do.

ganoon - that

Ganoon ang hitsura ng gusali.

That is how the building looks.

H

hagdan - stairs

Bumaba siya ng paikot na hagdan.

She went down the spiral stairs.

halakhak - loud laughter

Nakakainsulto ang malakas na halakhak ng mga tao.

The people's loud laughter is insulting.

halalan - election

Idineklara na ang nanalo sa halalan.

The winner of the election was declared.

halaman - plant

Maraming halaman sa hardin.

There are many plants in the garden.

halik - kiss

Binigyan niya ng halik sa pisngi ang kanyang ina.

She gave her mother a kiss on the cheek.

halimaw - beast

Lumabas ang halimaw sa dilim.

The beast came out of the dark.

halimbawa - example

Madalas magbigay ng halimbawa ang kanilang guro.

Their teacher frequently gives examples.

halos - almost

Amerikano halos lahat ng bisita.

Almost all of the visitors are Americans.

haluin - mix

Haluin mo ang mga sahog.

Mix the ingredients.

hampasin - hit; strike

Hampasin mo sya sa braso.

Hit him on the arm.

hanapin - look

Hanapin mo ang nawawalang susi.

Look for the missing key.

handaan - feast

Maraming pagkain sa handaan.

There are many food in the feast.

handog - present

Nagdala ng mga handog ang tatlong hari.

The three kings brought presents.

hangganan - limit

Walang hangganan ang kanyang pamimili.

Her shopping has no limit.

hapon - afternoon

Dumating kami sa hotel nang hapon.

We arrived at the hotel in the afternoon.

hapunan - dinner

Pritong manok ang aming hapunan.

We're having fried chicken for dinner.

hatiin - divide

Hatiin mo ang tinapay nang patas.

Divide the bread equally.

hepe - chief

Nakita namin ang hepe ng pulisya sa tanggapan.

We saw the chief of police in the office.

hilahin - pull

Tulungan mo kong hilahin ang lubid.

Help me pull the rope.

hilik - snore

May nadiskubre nang gamot sa hilik.

A cure for snore has been discovered.

hindi - not; no

Hindi kami umalis ng hotel.

We did not leave the hotel.

hinintay - waited

Mahigit isang oras ka naming hinintay.

We waited for you for more than an hour.

hiramin - borrow

Hiramin mo ang susi ng kotse kay tatay.

Borrow the car key from father.

hubad - naked

Nakakita kami ng hubad na lalaki sa ilalim ng tulay.

We saw a naked man under the bridge.

hukom - judge

Sinintensyahan ng hukom ang suspek na makulong.

The judge sentenced the suspect to go to jail.

hukuman - court

Tahimik ang mga tao sa loob ng hukuman.

The people inside the court are quiet.

hulihan - end

Gusto nilang umupo sa hulihan ng bus.

They want to sit at the end of the bus.

hulihin - catch

Gusto ng pulis na hulihin lahat ng magnanakaw.

The police wants to catch all robbers.

humanda - prepare

Humanda tayo sa maaaring mangyari.

Let's prepare for what may happen.

hustisya - justice

Sumisigaw ng hustisya ang mga biktima.

The victims are shouting for justice.

I

ibabaw - top

Nasa ibabaw ng mesa ang pinggan.

The plate is on top of the table.

ibalik - return

Ibalik mo ang aklat sa kabinet.

Return the book in the cabinet.

ibaon - bury

Ibaon mo ang basura sa likod-bahay.

Bury the garbage in the backyard

ikaw - you

Ikaw ang magtataas ng watawat.

You will raise the flag.

ihagis - throw

ihagis mo ang bola sa kabilang bahay.

Throw the ball to the next house.

ilalim - bottom

Napakaganda ng korales sa ilalim ng dagat.

The corals at the bottom of the sea are very beautiful.

ilaw - light

Pakipatay ang ilaw.

Kindly turn off the light.

ilog - river

Ang bilis ng agos ng ilog.

The river flows so fast.

ilong - nose

Pinisil niya ang ilong ng bata.

He squeezed the kid's nose.

imbitahan - invite

Imbitahan mo ang mga kamag-anak natin.

Invite our relatives.

inaantok - sleepy

Inaantok na ang mga bata nang siya ay dumating.

The children are sleepy when he arrived.

inalis - removed

Inalis niya ang dumi sa sahig.

She removed the dirt on the floor.

inayos - fixed

Inayos ng mekaniko ang kotse.

The mechanic fixed the car.

inihaw - grilled

Kumain sila ng inihaw na gulay.

They ate grilled vegetables.

insekto - insect

Maraming insekto ang kumakagat sa binti ko.

Many insects are biting my legs.

intindi - understand

Paki-intindi ang mga direksyon.

Please understand the directions.

inukit - carved

Inukit ni Paul ang kanyang pangalan sa puno.

Paul carved his name on a tree.

inumin - drink

Inumin mo na ang gatas.

Drink the milk.

inunat - stretched

Inunat niya ang tela upang humaba.

She stretched the fabric to make it longer.

inusog - moved

Inusog ko ang upuan upang makaraan siya.

I moved the chair to let her pass.

ipis - cockroach

Maraming ipis sa basurahan.

There are many cockroaches in the garbage can.

isa - one

Isa lang ang ilong ng tao.

Man has only one nose.

isang daan - one hundred

Halos isang daan tao ang nakapila.

Almost one hundred people are on queue.

isang libo - one thousand

Isang libong piso ang kanyang binayaran.

He paid one thousand pesos.

isara - close

Isara mo ang pinto.

Close the door.

isda - fish

Marami silang nahuling isda sa lawa.

They caught many fish in the lake.

itlog - egg

May isang dosenang itlog sa mesa.

There's one dozen of eggs on the table

ituro - teach

Ituro mo sa akin kung paano maglaba.

Teach me how to wash the laundry.

L

labasan - exit

Madali nilang nahanap ang labasan ng gusali.

They easily found the building's exit.

labi - lips

Mapula ang labi ng kanyang kaibigang babae.

Her girl friend has red lips.

lagnat - fever

Hindi siya makabangon dahil sa lagnat.

She can't get up because of fever.

lalagyan - container

Nilagay niya sa lalagyan ang sobrang kendi.

She put the excess candies in a container

lalaki - male

Nakatakas ang lalaking leon sa mga mangangaso.

The male lion escaped the hunters.

lamesa - table

Pinatong niya ang mabigat na dalahin sa mesa.

She put the heavy load on the table.

lamok - mosquito

Maraming lamok sa ilalim ng mesa.

There are many mosquitoes under the table.

langaw - fly

Maraming dalang sakit ang langaw.

Flies carry a lot of diseases.

lapis - pencil

May dalang lapis ang mga estudyante sa paaralan.

Students carry pencils to school.

laruan - toy

Umiyak ang bata nang mawala ang laruan.

The child cried when he lost his toy.

leeg - neck

Sumakit ang kanyang leeg sa pagtingin sa mga ibon.

She hurt her neck for looking at the

birds.

likod - back

Binaon ng aso ang buto sa likod ng bahay.

The dog buried the bone at the back of the house.

lima - five

May limang batang nakapila sa tindahan.

Five kids are lined up in the store.

limang daan - five hundred

Nakaipon siya ng limang daang piso.

He saved five hundred pesos.

lobo - balloon

Bumili ang nanay ng lobo para sa anak.

The mother bought a balloon for her child.

lola - grandmother

Mahal na mahal ng mga bata ang kanilang lola.

The children love their grandmother so much.

lolo - grandfather

Mahilig sumayaw ang lolo.

Grandfather loves to dance.

lubak-lubak - rough

Lubak-lubak ang daan paakyat ng bundok.

The road to the top of the mountain is rough.

lugar - place

Malaki ang lugar na pinagdausan ng okasyon.

The place where the occasion was held was huge.

lumabas - came out

Lumabas ang daga sa kanyang lungga.

The mouse came out of its hole.

lumakad - walked

Lumakad siya nang mabilis papunta sa simbahan.

She walked quickly to church.

lumala - worsened

Lumala ang kanyang sakit.

Her illness worsened.

lumampas - exceeded

Lumampas kami sa itinakdang oras.

We exceeded the alloted time.

lumangoy - swam

Lumangoy siya patawid ng ilog.

He swam across the river.

lumipat - transfered

Lumipat kami ng paaralan nung isang taon.

We transfered school last year.

lupa - land

Nakarating sila ng lupa matapos maglayag nang apat na oras.

They reached land after sailing for four hours.

lutuan - stove

Bumili sila ng bagong lutuan kahapon.

They bought a new stove yesterday.

M

maalat - salty

Hindi nila nakain ang ulam dahil masyadong maalat.

They weren't able to eat the dish because it's too salty.

mababaw - shallow

Marami silang nahuling isda dahil mababaw ang tubig.

They caught many fish because the water was shallow.

mabagal - slow

Mabagal ang andar ng bus.

The bus is moving slowly.

mabaho - stinky

Mabaho ang bulok na prutas.

Rotten fruits are stinky.

mabait - kind

Marami siyang kaibigan dahil siya ay mabait.

She has many friends for she is kind.

mabilis - fast

Mabilis tumakbo ang kabayo.

The horse runs fast.

madilim - dark

Madilim na ang paligid nang sila'y makauwi.

It's already dark when they reached home.

magalang - polite; courteous

Yaman ng magulang ang batang magalang.

A polite kid is a parent's treasure.

magaling - good

Magaling na aktor si Leonardo DiCarpio.

Leonardo DiCaprio is a good actor.

maganda - beautiful; pretty

Nakita ko ang magandang modelo sa opisina.

I saw the beautiful model in the office.

magmaneho - drive

Maingat ka dapat magmaneho.

You should drive carefully.

magsulat - write

Bawal ang magsulat sa pader.

It is prohibited to write on the wall.

magulo - unruly

Magulo ang mga tao sa pila.

The people in line are unruly.

mahal - expensive

Mahal ang binili niyang alahas.

The jewelry she bought is expensive.

mahalaga - important

Mahalaga ang papel ng mga puno sa kapaligiran.

The role of the trees in the environment is important.

mahina - weak

Hindi na makagalaw ang mahinang katawan ng matanda.

The old man can't move his weak body.

mahiyain - shy

Mahiyain ang napangasawa ni Mario.

Mario married a shy lady.

maingay - noisy

Maingay ang aming kapit-bahay.

We have noisy neighbors.

mainit - hot

Umiinom si tatay ng mainit na kape.

Father is drinking hot coffee.

maitim - dark

Maitim ang kulay ng kanyang balat.

Her skin is dark.

makapal - thick

Sinuklay niya ang kanyang makapal na buhok.

She combed her thick hair.

makatas - juicy

Makatas ang nabiling prutas ni nanay.

Mother bought juicy fruits.

makati - itchy

Nakakairita ang makating balat.

Itchy skin is so irritating.

makinis - smooth

Makinis ang kanyang balat.

She has smooth skin.

malabo - murky

Malabo ang tubig sa ilog.

The river has murky water.

malakas - strong

Malakas ang pangangatawan ni Arnold.

Arnold has a strong body.

malaki - big; huge

Malaki ang pinatayo nilang bahay sa probinsya.

They built a big house in the province.

malalim - deep

Maraming isda sa malalim na dagat.

There are many fish in the deep ocean.

malambing - sweet

Malambing na bata si Baby.

Baby is a sweet child.

malandi - flirty

Maaaring siyang mapahamak dahil sa malandi niyang katangian.

Her flirty ways can get her into trouble.

malas - unlucky

Ang malas naman niya nang mabangga siya ng kotse.

She was so unlucky when she was hit by a car.

mali - wrong

Marami siyang maling sagot sa pagsusulit.

She has many wrong answers in the examination.

maligo - bathe

Maligo tayo sa ulan.

Let's bathe in the rain.

malinis - clean

Gusto ng mga tao ang malinis na paligid.

People want clean surroundings.

maliwanag - bright

Nasilaw sila sa maliwanag na ilaw.

They were blinded by the bright light.

maliit - small

Maliit ang binili nilang t-shirt.

They bought a small t-shirt.

malungkot - sad

Malungkot si Ana dahil namatay ang kanyang aso.

Ana is sad because her dog died.

malusog - healthy

Nakakita kami ng malusog na bata sa ospital.

We saw a healthy kid at the hospital.

mangga - mango

Mangga ang paboritong prutas ni Maria.

Mango is Maria's favorite fruit.

mangkukulam - witch

Gumanti ang mangkukulam sa mga tao.

The witch had her revenge on the people.

manika - doll

Manika ang ibinigay ng nanay sa anak.

The mother gave her daughter a doll.

manipis - thin

Madaling nabali ang manipis na kahoy.

The thin piece of wood easily broke.

mantika - cooking oil

Gumagamit si nanay ng mantika sa pagluluto.

Mother uses cooking oil when she cooks.

maramot - greedy

Pinatalsik ng mga tao ang maramot na pinuno.

The people removed the greedy leader.

marumi - dirty

Marumi ang tubig sa kanal.

The ditch has dirty water.

masarap - delicious

Kumain kami ng masarap na cake.

We ate a delicious cake.

masaya - happy

Masyado kaming masaya nang dumaan ang parada.

We were so happy when the parade passed by.

maskara - mask

Nagsuot ng maskara ang mga aktor sa entablado.

The actors wore masks on the stage.

masunurin - obedient

Masunurin ang mga estudyante ng

guro.

The teacher has obedient students.

mata - eyes

Maganda ang kanyang mga mata.

She has lovely eyes.

mataba - fat

Nawala ang balanse ng matabang bata.

The fat kid lost his balance.

matalino - intelligent

Ang mga matatalinong bata ang madalas magtagumpay.

Intelligent kids usually become successful.

matamis - sweet

Mahilig si Robert sa matamis na pagkain.

Robert loves sweet food.

matigas - hard

Nasaktan lang siya nang sipain niya ang matigas na pader.

He only hurt his foot when he kicked the hard wall.

matulog - sleep

Matulog na tayo.

Let's sleep.

mayaman - wealthy

Mayaman ang kanyang napangasawa.

She married a wealthy man.

may-ari - owner

Naka-amerikana ang may-ari ng kotse.

The owner of the car is wearing a suit.

mayroon - having; with

Mayroong handaan sa kanilang bahay.

They're having a party in the house.

medyas - socks

Nagpabili ng medyas ang anak sa kanyang ina.

The boy asks his mother to buy him socks.

medyo - slightly

Medyo malakas ang hangin sa labas.

It's slightly windy outside.

misa - mass

Nakinig kami ng misa kaninang umaga.

We heard mass this morning.

mura - cheap

Nakabili siya ng magandang cellphone sa murang halaga.

He bought a good cellphone for a cheap price.

N

naalala - remembered

Bigla niyang naalala na wala siyang dalang pera.

She suddenly remembered that she doesn't have money.

nabasa - read

Nabasa niya sa internet ang balita tungkol sa France.

She read the news about France on the internet.

nagising - woke-up

Nagising siya nang alas-3 ng umaga.

She woke-up at 3 a.m.

naglakad - walked

Naglakad sila nang higit sa isang oras.

They walked for more than an hour.

nagluto - cooked

Nagluto ang kusinero ng paborito nilang pagkain.

The chef cooked their favorite food.

nagtanong - asked

Nagtanong sila ng direksyon.

They asked for directions.

nagulat - surprised

Nagulat siya sa kanyang nabalitaan.

She was surprised by the news.

nahulog - fell

Nahulog sa bubong ang tatay.

Father fell from the roof.

nakabitin - hanging

Nakabitin ang unggoy sa lubid.

The monkey is hanging on a rope.

nakabukas - open

Nakabukas ang pinto nang sila'y dumating.

The door was open when they arrived.

nakakalito - confusing

Nakakalito ang mga direksyon papuntang Baguio.

The directions going to Baguio are confusing.

nakatira - living

Nakatira ang kanyang kamag-anak sa Pilipinas.

Their relatives are living in the Philippines.

nalampasan - passed

Nalampasan nila ang simbahan.

They went passed the church.

nalason - poisoned

Nalason sila sa kinaing panis na pansit.

They were poisoned by the spoiled noodles.

naligaw - lost

Naligaw kami kakahanap ng restawran.

We were lost looking for a restaurant.

naligo - bathed

Naligo kami sa dagat.

We bathed at a beach.

nalimutan - forgot

I forgot my keys at home.

Nalimutan ko ang susi sa bahay.

nalungkot - saddened

Nalungkot ako sa narinig kong balita.

I was saddened when I heard the news.

nanalo - won

Nanalo ang koponan ko sa laro.

Our team won the game.

nanay - mother

Pumunta si nanay sa palengke.

Mother went to market.

naramdaman - felt

Naramdaman niya ang lamig sa kanyang mga paa.

She felt the cold on her feet.

natakot - scared

Natakot siya sa kidlat.

She got scared of the lightning.

natalo - lost

Natalo siya sa larong poker.

He lost at a poker game.

natutulog - sleeping

Natutulog ang aso sa tabi ng pinto.

The dog is sleeping by the door.

natuyo - dried

Mabilis na natuyo ang daan matapos ang ulan.

The road had dried fast after the rain.

negosyo - business

Mabilis na umunlad ang kanyang negosyo.

His business thrived right away.

ninong - godfather

Pumupunta ang mga bata sa kanilang ninong tuwing Pasko.

Children visit their godfather during Christmas.

ninang - godmother

Ninang ko rin si Tita Brenda.

Aunt Brenda is also my godmother.

nunal - mole

Nakilala ko siya dahil sa nunal niya sa pisngi.

I recognized her because of her mole on the cheek.

NG

ngala-ngala - palate

Halos kita na ang ngala-ngala niya sa pagtawa.

You can almost see her palate when she laughs.

nga-nga - open the mouth

Madalas magsabi ng nga-nga ang dentista.

The dentist always says "open your mouth".

ngatal - tremble

Siya ay nangangatal kapag natatakot.

She trembles when she's scared.

ngat-ngat - gnaw

May ngat-ngat ng daga ang tsinelas ko.

The rat has gnawed on my slippers.

ngatog - shiver

Madalas siyang mangatog kapag malamig.

She usually shivers when it's cold.

ngayon - now

Ngayon na tayo aalis.

We will leave now.

nginasab - munched

Nginasab ng buwaya ang zebra.

The crocodile munched on the zebra.

nginatngat - gnawed

Nginatngat ng squirrel ang kastanyas.

The squirrel gnawed the chestnut.

nginuya - chewed

Nginuya niyang mabuti ang makunat na karne.

She chewed the tough meat vigorously.

ngipin - teeth

Nabungi ang ngipin niya sa harap.

She lost her front teeth.

ngisi - smirk

Ngisi ang isinagot nya sa biro ng kaibigan.

She smirked at the joke of her friend.

ngiti - smile

Matamis na ngiti ang sinalubong niya sa akin.

She greeted me with a sweet smile.

ngitian - smile

Dapat ngitian mo ang mga taong kasalubong mo.

You should smile at the people you meet.

ngiwi - grimace

Ngumiwi siya nang makita ang amo.

He grimaced when he saw his boss.

ngiyaw - meow

Ang lakas ng ngiyaw ng pusa nang makita ang daga.

The cat meowed loudly when it saw the mouse.

ngo-ngo - cleft lip

Operasyon ang kailangan ng mga ngo-ngo.

People who have cleft-lips need an operation.

ngumanga - opened the mouth

Ngumanga ang leon nang nahuli nito ang usa.

The lion opened its mouth when it caught the deer.

ngumisngis - grinned

Ngumisngis ang buong klase nang magbiro ang guro.

The whole class grinned when the teacher told a joke.

ngumiti - smiled

Ngumiti ang mga tao dahil sa nakita nilang kabutihan.

The people smiled when they saw the good deed.

ngunit - but

Matangkad siya ngunit hindi marunong mag-basketball.

He's tall but he doesn't know how to play basketball.

nguso - snout

Ipinasok ng lobo ang nguso nito sa butas.

The wolf put its snout inside a hole.

nguya - chew

Nguyain mong mabuti ang pagkain bago lunukin.

Chew your food very well before swallowing.

obispo - bishop

Isa sa iginagalang na lider ng simbahan ang obispo.

A bishop is one of the church's respected leaders.

obligasyon - obligation

Dapat tuparin ng mga magulang ang kanilang obligasyon sa mga anak.

Parents should fulfill their obligation to their chldren.

obra-maestra - masterpiece

Nasa museo ang obra-maestra ni Da Vinci.

Da Vinci's masterpiece is in a museum.

obserbahan - observe

Obserbahan mo ang tubig sa lawa habang umuulan.

Observe the water in the lake while raining.

okasyon - occasion

Masayang okasyon ang kanyang pinuntahan.

He went to a festive occasion.

okey - OK

Okey lang bang bumisita ako sa iyo?

Is it OK if I visit you?

okupado - occupied

Okupado ang banyo kaya hindi siya nakagamit.

She wasn't able to use the bathroom because it's occupied.

okupahan - occupy

Okupahan muna ang mga upuan sa harapan.

Occupy first the front seats.

oo - yes

Oo, ako ang hinahanap ninyo.

Yes, I am the one you're looking for.

operasyon - operation

Kaka-opera lang ni Tony.

Tony just had an operation.

opisina - office

Pumunta siya sa opisina kanina.

She went to the office awhile ago.

opisyales - official

Nagdesisyon na ang mga opisyales.

The officials have decided.

oposisyon - opposition

Hindi sumang-ayon ang oposisyon sa pangulo.

The opposition (party) opposes the president.

oras - time

Oras na para bumalik sa kampo.

It's time to return to camp.

orasan - clock

Bumili sila ng bagong orasan para sa bahay.

They bought a new clock for the house.

oras-oras - every hour

Oras-oras ang ginawa niyang pag-inom ng tubig.

She drank water every hour.

ordinaryo - ordinary

Naghahanap sila ng ordinaryong papel para sa proyekto.

They are looking for an ordinary paper for the project.

orihinal - original

Kailangan orihinal ang komposisyon para sa kumpetisyon.

The competition requires only original compositions.

oso - bear

Isang malaking oso ang sumalubong sa kanila sa daan.

They were met by a large bear on the road.

ospital - hospital

Tinakbo sa ospital ang mga naaksidenteng tao.

The injured persons were rushed to the hospital.

ostya - communion bread

Tumatanggap tayo ng ostya tuwing misa.

We receive communion bread during mass.

otso - eight

Paborito niyang numero ang otso.

The number eight is his favorite number.

oyayi - lullaby

Kumanta ng oyayi ang nanay para sa sanggol.

The mother sang a lullaby for her baby.

paa - foot

Naipit ang kanyang paa sa pinto.

His foot was caught on the door.

pabango - perfume

Pabango ang kanyang regalo sa girlfriend.

His gift to his girlfriend is a perfume.

pader - wall

Bumangga sa pader ang sasakyan.

The vehicle hit a wall.

pagkain - food

Mahalaga ang pagkain para sa ating nutrisyon.

Food is important for our nutrition.

pagong - turtle

Nakakita sila ng pagong sa dagat.

They saw a turtle on the beach.

pahinga - rest

Kinailangan nila ng pahinga matapos ang byahe.

They needed rest after the journey.

pakpak - wings

Nabali ang pakpak ng kalapati nang tumama ito sa poste.

The pigeon suffered a broken wing

when it hit a post.

palakpakan - applause

Mainit na palakpakan ang binigay ng mga manonood sa kampeon.

The audience gave their warmest applause to the champion.

palaro - games

Maraming palaro tuwing piyesta.

Many games are played during fiesta.

palaruan - playground

Maraming bata sa palaruan.

There are many children in the playground.

palda - skirt

Nakasuot siya ng palda sa opisina.

She's wearing a skirt in the office.

palengke - market

Maraming nagtitinda sa palengke.

There are many vendors in the market.

paliko - curved

Dumaan sila sa palikong daan.

They passed through a curved road.

panaderya - bakery

Bumili kami ng tinapay sa panaderya.

We bought bread at the bakery.

panaginip - dream

Panaginip lang pala ang nangyari.

It was all just a dream.

panahon - weather

Mainit ang panahon kahapon.

The weather yesterday was sunny.

pangako - promise

Tinupad ni tatay ang kanyang pangako.

Father fulfilled his promise.

pangalan - name

Ano ang pangalan mo?

What's your name?

pangit - ugly

Galit na galit kay Gretel ang pangit na mangkukulam.

The ugly witch was very angry with Gretel.

pangulo - president

Si Obama ang pangulo ng Estados Unidos.

Obama is the president of the United States.

pantalon - pants

Nagsuot ng pantalon si Mario.

Mario wore a pair of pants.

panyo - handkerchief

Nakalimutan niyang magdala ng panyo.

She forgot to carry a handkerchief.

papel - paper

Nagsulat siya sa isang malinis na papel.

She wrote on a clean sheet of paper.

paputok - firecrackers

Maraming tindahan ng paputok sa Bulacan.

Many stores in Bulacan sell firecrackers

pari - priest

Humihingi siya ng payo sa pari.

He seeks advice from a priest.

paru-paro - butterfly

Maraming paru-paro sa hardin.

There are many butterflies in the garden.

Pasko - Christmas

Nagdiriwang sila ng Pasko kasama ang pamilya.

They celebrate Christmas with their family.

pasukan - entrance

Magkita tayo sa pasukan ng opisina.

Let's meet at the office's entrance.

payong - umbrella

Nagdala siya ng payong dahil umuulan.

She brought an umbrella because it's raining.

pelikula - movie

Nanood sila ng pelikula sa sinehan.

They watched a movie in a movie theater.

pera - money

Ang tao ay nagtratrabaho para kumita ng pera.

People work to earn money.

pinggan - plate

Nakabasag ng pinggan si Mario sa restawran.

Mario broke a plate in a restaurant.

pinto - door

Nakakandado ang pinto ng bahay.

The house's door is locked.

pintura - paint

Natapon ang pintura sa sahig.

The paint spilled on the floor.

pinuno - leader

Malaking responsibilidad ang nakaatang sa pinuno.

The leader has a very big responsibility.

pito - seven

Pitong taon na silang naninirahan sa U.S.

They are living in the U.S. for seven years.

poste - post

Nakatayo sa tabi ng poste si James.

James is standing beside a post.

presyo - price

Mataas ang presyo ng mga bilihin.

The prices of goods are high.

prito - fried

Paborito ng mga bata ang pritong manok.

Children love fried chicken.

proyekto - project

Nabigyan sila ng malaking proyekto ng gobyerno.

The government gave them a big project.

prutas - fruit

Maraming bitamina ang prutas.

Fruits have lots of vitamins.

pula - red

Damit na pula ang sinuot niya sa party.

She wore a red dress at the party.

pulis - police

Nadakip ng pulis ang mga suspek.

The police caught the suspects.

pulo - island

Maraming pulo ang bumubuo sa Pilipinas.

The Philippines is made up of many islands.

puno - tree

Maraming puno sa gubat.

There are many trees in the forest.

pusa - cat

Mahilig sa gatas ang alaga niyang pusa.

Her pet cat loves milk.

puso - heart

Malambot ang kanyang puso para sa mahihirap.

She has a soft heart for the poor.

puti - white

Sumakay sila sa puting kotse.

They rode in a white car.

R

radyo - radio

Malakas ang tunog ng radyo ng kapit-bahay.

The neighbor's radio is very loud.

rainbow - bahaghari

Nakakita kami ng bahaghari matapos ang ulan.

We saw a rainbow after the rain.

rakista - rocker

Rakista ang boyfriend ni Jenny.

Jenny's boyfriend is a rocker.

rambulan - rumble

Maraming nasugatan sa rambulan ng mga estudyante.

Many were injured in the student's rumble.

ramdam - feel

Ramdam mo ba ang pag-ibig ko?

Can you feel my love?

rampa - ramp

Tumigil ang kotse sa itaas ng rampa.

The car stopped on top of the ramp.

rebelde - rebel

Sumuko ang mga rebelde sa pamahalaan.

The rebels surrendered to the government.

rebulto - statue

Nasa Luneta Park ang rebulto ni Jose Rizal.

Jose Rizal's statue is in Luneta Park.

regalo - gift

Nagdala siya ng regalo nang dumalaw siya sa bahay.

He brought gifts when he visited the house.

reklamo - complaint

Naghain ng reklamo si Allan sa istasyon ng pulis.

Allan filed a complaint at the police station.

relasyon - relationship

May relasyon sina Brenda at Luke.

Brenda ang Luke are in a relationship.

relihiyon - religion

Sensitibong usapin ang relihiyon.

Religion is a sensitive topic.

relo - watch

Naiwan ko ang aking relo sa hotel.

I left my watch at the hotel.

remedyo - remedy; cure; solution

Ano ang remedyo sa masakit na ngipin?

What's the cure for toothache?

renta - rent

Hindi nakabayad ng renta si nanay ngayong buwan.

Mother failed to pay the rent for this month.

repolyo - cabbage

Nag-ani ng repolyo si Mr. Smith sa kanyang bakuran.

Mr. Smith harvested cabbages on his yard.

resibo - receipt

Hingiin mo ang resibo sa counter.

Ask for the receipt at the counter.

respeto - respect

Respeto lang ang hinihingi ng mga manlalaro.

The players are only asking for respect.

resulta - result

Ano ang resulta ng iyong pagsusulit?

What's the result of your examination?

reyna - queen

Magaling na pinuno ang reyna ng Inglatera.

The queen of England is a good leader.

rito/dito - here

Dito tayo maghihintay.

We will wait here.

rolyo - roll

May isang rolyo ng tissue sa paliguan.

There's a roll of tissue in the bathroom.

romantiko - romantic

Gusto ni Mikaela ng lalaking romantiko.

Mikaela wants a romantic guy.

roon/doon - there

Doon tayo magkikita-kita.

We will meet there.

rosaryo - rosary

May hawak na rosaryo ang madre.

The nun is holding a rosary.

rosas - rose

Nagbigay siya ng pulang rosas.

He gave a red rose.

ruta - route

Dadaan tayo sa pinakamabilis na ruta.

We will take the fastest route.

saan - where

Saan tayo pupunta?

Where are we going?

sabon - soap

Mabango ang sabon na pinili ko.

I picked a fragrant soap.

salamin - mirror

Tumingin ka sa salamin pagkagising.

Look at the mirror when you wake up.

salamin sa mata - eyeglasses

Hindi ko mahanap ang salamin ko sa mata.

I can't find my eyeglasses.

saluhin - catch

Saluhin mo ang mansanas pag nahulog.

Catch the apple when it falls.

samahan - organization

Maraming samahan ang sumama sa parada.

Many organizations joined the parade.

sampu - ten

Meron tayong sampung daliri.

We have ten fingers.

sanggol - baby

Umiiyak ang sanggol sa kuna.

The baby is crying in the crib.

sapat - enough

Meron na tayong sapat na suplay ng pagkain.

We have enough food.

sapatos - shoes

Naiwan ni Cinderella ang kanyang sapatos.

Cinderella left her shoe.

sasakyan - vehicle

Nag-iisip pa kami kung aling sasakyan ang bibilhin.

We're still thinking which vehicle to buy.

sayaw - dance

Magandang sayaw ang pinakita ng klase para sa mga guro.

The class performed a good dance for the teachers.

sila - they; them

Sila ang unang dumating sa destinasyon.

They reached the destination first.

simbahan - church

Makinig tayo ng misa sa simbahan

tuwing Linggo.

Let's hear mass at the church every Sunday.

simbolo - symbol

Ang agila ang simbolo ng Estados Unidos.

The eagle is the symbol of the U.S.

simulan - start

Simulan na natin ang palaro.

Let's start the games.

sinabi - said

Sinabi ni Elysse na hindi siya sasama.

Elysse said that she's not going.

sinehan - movie theater

Maraming nanood ng pelikula sa sinehan.

Many people watched the movie in the theater.

sino - who

Sino ang unang dumating?

Who arrived first?

sinturon - belt

Mahigpit ang sinturon ng bata.

The child's belt is very tight.

sinungaling - liar

Ayaw ng nanay ng sinungaling.

Mother hates liars.

sipilyo - toothbrush

Naiwan ni Christie ang kanyang sipilyo.

Christie left her toothbrush.

sirena - mermaid

May pinakitang mga sirena sa pelikulang Harry Potter.

Mermaids were shown in the Harry Potter movie.

siyam - nine

May nakatagong siyam na aklat sa kabinet.

Nine books are kept in the cabinet

sobra - excess

May sobrang pagkain sa pridyider.

Excess food are in the refrigerator.

sulat - letter

Naghatid ng sulat ang kartero.

The postman delivered a letter.

sumampalataya - believed

Marami ang sumampalataya sa pari dahil sa milagro.

Many believed in the priest because of the miracle.

suwerte - lucky

Suwerte ang tatay na napangasawa niya ang nanay.

Father is lucky for marrying mother.

T

taas - above

Lumipad ang eroplano sa taas ng ulap.

The airplane flew above the clouds.

tabi - side

Ilagay mo ang baso sa tabi ng upuan.

Place the glass at the side of the chair.

tag-araw - summer (season)

Masaya ang mga bata tuwing tag-araw.

Children are happy during summer.

tag-ulan - rainy (season)

Bumabaha tuwing tag-ulan.

It floods during the rainy season.

takot - afraid

Takot ang mga bata sa dilim.

Children are afraid of the dark.

talon - falls

Ang talon ng Angel ang pinakamataas na talon sa mundo.

Angel Falls is the highest falls in the world.

talong - eggplant

Maraming tanim na talong sa bukid.

There are many eggplants in the farm.

tama - correct; right

Tama ang kanyang sagot.

His answer is correct.

tamad - lazy

Walang mararating ang taong tamad.

Lazy people will not succeed.

tanghali - noon

Madalas umuwi ng bahay si Liza tuwing tanghali.

Liza usually goes home at noon.

tanghalian - lunch

Naghanda ng tanghalian si nanay.

Mother prepared lunch.

tanong - question

Mahilig magtanong ang mga bata.

Children love to ask questions.

tao - man; human

Magdurusa ang tao dahil sa pagsira sa kapaligiran.

Man will suffer for destroying the environment.

tapusin - finish

Tapusin mo na ang iyong sinimulan.

Finish what you started.

tasa - cup

Nagpakuha siya ng tasa sa anak.

She asked for a cup from her kid.

tatay - father

Magaling gumawa ng sirang bagay si tatay.

Father is good at fixing broken things.

tatlo - three

Tatlo ang kanyang kapatid.

He has three siblings.

tawa - laughter

Nakakahawa ang kanyang tawa.

His laughter is contagious.

telebisyon - television; TV

Nanood sila ng boksing sa telebisyon.

They watched boxing on the TV.

tenga - ear

Mahaba raw ang buhay ng taong malaki ang tenga.

Some say people with large ears have long lives.

tinapay - bread

Mas masarap ang tinapay kapag may kape.

Bread is more delicious with coffee.

tindahan - store

Bumili kami ng prutas sa tindahan.

We bought fruits at a store.

tindera - storekeeper

Bata pa ang tindera.

The storekeeper is still young.

tinidor - fork

Nakalimutan mo kong bigyan ng tinidor.

You forgot to give me a fork.

tiya - aunt

Dumating si Tiya Martha.

Aunt Martha arrived.

tiyan - tummy; stomach

Sumakit ang kanyang tiyan dahil sa malamig na panahon.

Her stomach hurt because of the cold weather.

tiyo - uncle

Mabait ang Tiyo Robert.

Uncle Robert is kind.

totoo - true

Totoo ang kanyang mga sinabi.

What he said was true.

trabaho - job; work

Maganda ang nakuha niyang trabaho.

He found a good job.

tren - train

Sumakay kami ng train sa Europe.

We rode a train in Europe.

tsinelas - slippers

Hindi kasya ang nabili nilang tsinelas.

The slippers they bought doesn't fit.

tulak - push

Kailangan lang niya ng konting tulak para kumilos.

All he needed was a slight push to move.

tumakbo - ran

Tumakbo ang mga bata sa damuhan.

The childen ran on the grassland.

tumalon - jumped

Tumalon ang palaka sa halaman.

The frog jumped on the plant.

tumayo - stood

Tumayo ang lalaki sa gitna ng mga tao.

The man stood in the middle of the crowd.

tumigil - stopped

Tumigil ang ulan matapos ang ilang oras.

The rain stopped after a few hours.

turuan - teach

Tungkulin ng mga guro na turuan ang mga bata.

A teacher's duty is to teach kids.

tuwalya - towel

Magdala tayo ng tuwalya sa beach.

Let's bring towels to the beach.

tuwid - straight

Mahaba ang dinaanan naming tuwid na daan.

We passed through a long and straight path.

U

uban - gray hair

Marami nang uban si lolo.

Grandpa has many gray hair.

ubos - nothing left

Ubos na ang pagkain.

No food was left.

ugali - behavior

Maganda ang ugali ng mga bata.

Th children has good behavior.

ugaliin - habit

Ugaliin mong maligo bago matulog.

Make it a habit to bathe before sleeping.

ulam - dish

Limang ulam ang inihanda niya sa handaan.

She prepared five dishes for the celebration.

ulan - rain

Nagdulot ng pagbaha ang ulan.

The rain caused flooding.

ulap - clouds

Ang makapal na ulap ang nagsasabing uulan.

The thick clouds are saying that it will rain.

ulila - orphan

Maraming ulila ang nakatira sa bahay-ampunan.

Many orphans are living in an orphanage.

uliran - ideal

Ulirang ama si Mr. Bentley.

Mr. Bentley is an ideal father.

ulitin - repeat

Ulitin mo ang iyong sinabi.

Repeat what you said.

ulo - head

Naipit ang ulo niya sa bintana.

His head got stuck in the window.

umaangal - complaining

Umaangal ang mga tao sa mahabang pila.

The crowd is complaining about the long line.

umabante – go forward

Tayo ay umabante.

Let's go forward.

umaga - morning

Nag-dya-jogging siya tuwing umaga.

She jogs every morning.

umaksyon - took action

Umaksyon agad ang mga awtoridad.

The authorities took action immediately.

umakyat - climbed

Umakyat ng puno ang unggoy.

The monkey climbed a tree.

umalingasaw - stink

Umalingàsaw ang kanyang mga paa.

His feet stink.

umalis - left

Umalis siya ng bahay kahapon.

He left the house yesterday.

umandar - started; worked

Umandar ang ginawang kotse.

The fixed car started.

umangat - rise

Umangat ang lobo nang humangin.

The balloon moved up when the wind blew.

umanib - joined

Maraming estudyante ang umanib sa organisasyon.

Many students joined the organization.

umasa - hoped

Maraming umasa na yayaman sila.

Many people hoped that they would get rich.

umikli - became shorter

Pinutol niya ang tali para umikli.

He cut the string to make it shorter.

umikot - walked around

Umikot sa parke.

We walked around the park.

uminit - became hot

Uminit ang paligid nang lumabas ang araw.

The surroundings became hot when the sun came out.

umiyak - cried

Nagutom ang sanggol kaya umiyak.

The baby cried because he's hungry.

umpisa - beginnning

Nakakatakot ang umpisa ng pelikula.

The movie's beginning is scary.

umulan - rained

Hindi kami nakaalis dahil umulan.

We weren't able to leave because it rained.

umupo - sat

Umupo kami sa labas ng bahay.

We sat outside the house.

unahan - front

Masikip sa unahan ng bus.

The front of the bus is crowded.

unan - pillow

Gustung-gusto niyang yakapin ang kanyang unan.

She loves embracing her pillow.

unggoy - monkey

Maraming unggoy sa gubat.

There are many monkeys in the forest.

uniporme - uniform

Nilabhan niyang ang kanyang uniporme.

She washed her uniform.

upuan - chair

Kailangan namin ng upuan sa paaralan.

We need chairs at school.

uri - kind

Maraming uri ng insekto.

There are many kinds of insects.

usapan - agreement

Mayroon kaming usapan kung saan magkikita.

We have an agreement on where to meet.

usapin - case

Dinulog niya ang usapin sa korte.

He filed the case to a court.

utakan - trick

Huwag mo siyang utakan.

Do not trick him.

uupo - to sit

Uupo kami sa harap ng altar.

We will sit in front of the altar.

uuwi - will go home

Uuwi na kami mamaya.

We will go home later.

W

wagas - pure

Wagas ang pag-iibigan ng aking magulang.

My parent's love for each other is pure.

wakas - ending

Nakatulog ako sa wakas ng pelikula.

I fell asleep at the ending of the movie.

wakasan - conclude

Wakasan mo na ang pagpupulong ito.

Conclude this meeting.

wakwak - ripped open

Wakwak ang kanyang binti.

His leg was ripped open.

wala - nothing

Wala na akong dapat patunayan pa.

I have nothing else to prove.

walang takot - fearless

Walang-takot niyang sinuong ang panganib.

He fearlessly faced danger.

walang awa - merciless

Walang-awa nilang sinira ang mga

bahay.

They mercilessly destroyed the homes.

walang halo - pure

Walang halo ang mga paninda nilang fruit juice.

They only sell pure fruit juices.

walang-katulad - unique

Walang katulad ang aso ko.

My dog is unique.

walang-kibo - mum

Siya ay walang-kibo kapag tinanong tungkol sa kanyang pamilya.

He stays mum when he's asked about his family.

walang-kwenta - worthless

Walang-kwenta ang nabili niyang alahas.

The jewelries she bought are worthless.

walang-labis, walang-kulang - exact

Walang labis walang-kulang ang kanyang kuwento.

She narrated the story exactly as it happened.

walang laman - empty

Walang laman na kahon ang nasa ilalim ng hagdan.

Under the stairs is an empty box.

walang malay-tao - unconscious

Wala siyang malay-tao nang ilang minuto.

She was unconscious for a few

minutes.

walis - broom

Kinuha niya ang walis at nilinis ang sahig.

She took the broom and swept the floor.

walis ting-ting - broomstick

Madalas gamitin ang walis ting-ting sa labas ng bahay.

The broomstick is usually used outdoors.

walisan - sweep

Dapat din nating walisan ang ilalim ng mesa.

We should also sweep underneath the table.

walo - eight

Walo ang anak ng baboy.

The pig has eight piglets.

wasak - destroyed

Wasak ang maraming bahay matapos ang bagyo.

Many houses were destroyed after the hurricane.

wasak na wasak - completely destroyed

Wasak na wasak ang gusali nang lumindol nang malakas.

A massive earthquake completely destroyed • the building.

wasto - correct

Dapat iwasto ang kamalian ng mga kabataan.

We should correct the mistakes of children.

watak-watak - not united

Watak-watak ang mga tao pagdating sa usaping relihiyon.

The people are not united when it's about religion.

watawat - flag

Pula, puti at asul ang mga kulay ng watawat ng U.S.

The colors of the U.S. flag are red, white and blue.

winagayway - waved (flag)

Winagayway nila ang watawat nang manalo sa laro.

They waved the flag when they won the game.

wisikan - dabble

Wisikan mo ng tubig ang iyong mukha.

Dabble your face with water.

Y

yabag - footstep

Halos sirain ng kanyang malakas na yabag ang sahig.

His hard footsteps almost break the floor.

yabang - ego

Marami ang nagalit dahil sa kanyang yabang.

Many got mad because of his ego.

yakagin - invite

Yakagin mo siya sa loob ng bahay.

Invite him inside the house.

yakap - embrace

Mahigpit ang yakap ng ina sa anak.

The mother's embrace to her child is very tight.

yakapin - embrace

Yakapin mo ang iyong ina.

Embrace your mother.

yaman - wealth

Maraming natatagong yaman ang mga pulitiko.

Politicians have lots of hidden wealth.

yamang-dagat - water resources

Dapat nating alagaan ang mga yamang dagat.

We should conserve water resources.

yamang-lupa - land resources

Isa ang bundok sa mga yamang lupa.

The mountain is one of the land resources.

yapak - barefoot

Bumakat sa buhangin ang kanyang mga yapak.

His barefoot left its marks on the sand.

yarda - yard

Bumili si nanay ng tatlong yarda ng tela.

Mother bought three yards of fabric.

yariin - make; manufacture

Yariin mo ang ganitong klase ng bag.

Make this kind of bag.

yari sa kamay - handmade

Mahal ang telang ito dahil ito ay yari sa kamay.

This fabric is expensive because it is handmade.

yaya - nanny

Matagal ko nang yaya si Mrs. Cruz.

Mrs. Cruz has been my nanny for a long time.

yayain - invite

Yayain mo siyang mangisda sa ilog.

Invite him to go fishing in the river.

yelo - ice

Nilagyan niya ng yelo ang soda.

She put ice in the soda.

yugto - chapter

May sampung yugto ang aklat.

The book has 10 chapters.

yugyugin - shake

Yugyugin mo ang damuhan para bugawin ang ahas.

Shake the tall grass to drive away the snake.

yumaman - became wealthy

Yumaman siya dahil sa kanyang kasipagan.

He became wealthy because of his industriousness.

yumao - died

Yumao ang kanyang ama dahil sa matinding sakit.

His father died because of a deadly disease.

yumari - made

Mga katutubo ang yumari ng sapatos ko.

The natives made my shoes.

yumuko - bowed

Yumuko ang mga tao bilang paggalang sa pinuno.

The people bowed to respect their leader.

yungib - cave

Nakatira noon sa mga yungib ang mga ninuno natin.

Our ancestors lived in caves.

yupi - dent

Yupi ang tagiliran ng kotse nang mabangga ito.

The car's side got dented when it was hit.

Thank you for buying my book. I hope this Tagalog-English dictionary has helped you to learn the Tagalog language easier.

The next step is to practice speaking the Filipino language using the new Tagalog words that you've learned from this book.

Finally, if you enjoyed this book, please feel free to visit and like my author page at **https://www.bookbub.com/authors/vanessa-narciso** to receive updates on the release of my other books.

Thank you and good luck!